Matthias Fiedler

# Batu Dangane da Dacewa kan Kadarorin da Suka Shafi Filaye da Gine-gine: Dillancin Filaye da Gine-gine Cikin Sauƙi

**Dacewa kan Kadarorin da suka shafi Filaye da Gine-gine: Tsari, sauƙi da dillanci cikin ƙwarewa tare da ingantacciyar hanyar dillancin gine-gine da Filaye**

# Cikakkun bayanan bugawa – Bayanin mallaka | Bayanin Shari'a

1. Bugu a Matsayin Littafi | Fabrairu 2017
(Ainihin bugu a Harshen Jamusanci, Disamba 2016)

© 2016 Matthias Fiedler

Matthias Fiedler
Erika-von-Brockdorff-Str. 19
41352 Korschenbroich
Germany
www.matthiasfiedler.net

Bugawa da samarwa:
Duba bugu a shafin ƙarshe

Tsara Bango: Matthias Fiedler
Ƙirƙirar Littafin Yanar-gizo: Matthias Fiedler

An keɓance dukkan haƙƙoƙin mallaka.

ISBN-13 (Paperback): 978-3-947082-69-8
ISBN-13 (E-Book mobi): 978-3-947082-70-4
ISBN-13 (E-Book epub): 978-3-947082-71-1

Bayanin littafin cikin Jamusanci Nationalbibliothek:
Deutsche Nationalbibliothek ne suka ajiye bayanin wannan bugu a Yaren Jamusanci Nationalbibliografie; za a iya samun cikakken bayani a yanar-gizo a http://dnb.d-nb.de.

## TAƘAITACCEN BAYANI

Wannan littafi ya ƙunshi bayanai na kawo sauyi dangane da dacewar hanyoyi (aikace-aikace) na batutuwan filaye da gine-gine a duk faɗin duniya tare da lissafi na yiwuwar sayarwa na (Biliyoyin Daloli), wanda aka ƙunsa a cikin manhajar hukumar filaye da gine-gine game da ƙiyasin filaye da gine-gine na (yiwuwar saye da siyarwa na Tiriliyoyin Dala).

Wannan na nufin cewa filaye da gine-gine na zaman mutane da na kasuwanci, ko wanda mutane suka mallaka ko kuma na haya, za a iya dillancinsu cikin inganci da kuma hanyar da babu ɓata lokaci. Hanya ce ta dillanci domin ci gaba cikin ƙirƙira da ƙwarewa nan gaba domin amgfanin duk wikilai na filaye da gine-gine da kuma masu mallakar kadarori. Dacewa na filaye da gine-gine na aiki a kusan duk ƙasashe da kuma tsakanin ƙasashe.

Maimakon "kawo" kadara wurin mai saye ko mai karɓar haya, tare da hanyar neman bayani a yanar gizo mafi dacewa domin filaye da gine-gine, masu bukatar saye ko karɓar haya sun cancanci (binciko tarihi) su gwada sannan su sami haɗi tare da kadarori waɗanda wakilin filaye da gine-gine ya bayar.

# Abubuwan da ke ciki

Buɗewa                                                    Shafi 07

1. Batu Dangane da Dacewa kan Kadarorin da
Suka Shafi Filaye da Gine-gine: Dillancin Filaye
da Gidaje Cikin Sauƙi                                     Shafi 08

2. Manufofin Masu saye ko Masu karɓar
haya da kuma Dillalan Kadrori                             Shafi 09

3. Hanyoyin da na Binciken Filaye da Gine-gine Shafi 10

4. Rashin amfanin Masu Sayarwa da
Kansu/Amfanin Dillalan Filaye da Gine-gine      Shafi 12

5. Dacewar Filaye da Gine-gine                   Shafi 14

6. Hurumin Aiwatarwa                             Shafi 21

7. Amfanunnuka                                   Shafi 22

8. Gwajin Lissafi (Mai iya afkuwa)               Shafi 24

9. Rufewa                                        Shafi 33

10. Haɗa Hanyar neman bayani a yanar gizo
domin Dacewar Filaye da Gine-gine a cikin
Sabuwar Manhaja ta Wakilci kan Filaye da Gine-
gine Wadda ta haɗa da Tantance Filaye da Gine-
gine                                             Shafi 36

# BUƊEWA

A shekara ta 2011 na yi tunani kuma na samar da ra'ayi da aka yi bayani a nan domin bin hanyar da ta dace dangane da filaye da gine-gine

Tun 1998 ina cikin harkar kasuwanci da ya haɗa da filaye da gine-gine (ya haɗa da dillanci, saye da sayarwa, yin kima, bayar da haya, da kuma bunƙasa kadarori). Ni dillali ne (IHK), masanin filaye da gine-gine (ADI) kuma ƙwararre mai takardar shaida kan kimar filaye da gine-gine (DEKRA) sannan kuma ɗan sananniyar ƙungiya wato ƙungiyar masana filaye da gine-gine ta duniya wato Royal Institution of Chartered Surveyors (MRICS).

Matthias Fiedler
Korschenbroich, 10/31/2016
www.matthiasfiedler.net

# 1. Batu Dangane da Dacewa kan Kadarorin da Suka Shafi Filaye da Gine-gine: Dillancin Filaye da Gine-gine Cikin Sauƙi

## Dacewa kan Kadarorin da suka shafi Filaye da Gidaje: Tsari, sauƙi da dillanci cikin ƙwarewa tare da ingantacciyar hanyar neman bayani a yanar gizo domin dillancin gidaje da Filaye

Maimakon "kawo" kadara wurin mai saye ko mai karɓar haya, tare da (aikace-aikace) na hanyar neman bayani a yanar gizo domin filaye da gine-gine da suka dace, masu bukatar saye ko karɓar haya sun cancanci (binciko tarihi) su gwadawa sannan su sami haɗi tare da kadarorin waɗanda wakilin filaye da gine-gine ya bayar.

## 2. Manufofin Masu saye ko Masu karɓar haya da kuma Dillalan Kadarori

Bisa fahimtar masu sayar da filaye da gine-gine da waɗanda suka mallaki ƙasa, yana da mahimmanci a sayar ko a bayar da hayar kadarorinsu cikin sauri kuma bisa farashi mai yawan da zai yiwu. Bisa fahimtar masu saye da masu karɓar haya, yana da mahimmanci su sami kadarar da ta dace wadda za ta biya bukatarsu kuma su sami damar karɓar haya ko saye cikin sauri kuma cikin sauƙin da zai yiwu.

## 3. Hanyoyin da na Binciken Filaye da Gine-gine

A gaba ɗaya, masu son sayen filaye da gine-gine na amfani da doguwar hanyar neman bayani a yanar gizo domin neman kadarori a shiyyoyin da suka fi sha'awa. A can, za su sami kadarori ko jerin haɗin yanar gizo waɗanda suka dace zuwa kadarorin da aka aiko masu ta saƙon i-mel da zaran sun samar da taƙaitaccen bayanin tarihi na abin da suke nema. Yawaici ana yin wannan ne a a 2 zuwa 3 ta hanyar neman bayani a yanar gizo da suka shafi filaye da gine-gine. Daga baya, yawaici ana tuntuɓar dillalin ta hanyar i-mel. A sakamakon haka, mai sayarwa ko mai mallakar ƙasa ya sami dama da izini ya tuntuɓi ɓangaren da ke da bukata

Bugu da ƙari, masu son saye ko karɓar haya na tuntuɓar dillalan filaye da gine-gine a shiyyarsu sannan a samar da bayanin tarihi nema garesu.

Masu samarwa a hanyar neman bayani kan filaye da gine-gine a yanar gizo sun fito ne daga ɓangarori masu zaman kansu da kuma na kasuwanci. Masu samarwa na kasuwanci yawaicinsu wakilai ne na filaye da gine-gine kuma a wasu lokutan kamfanonin gine-gine, dillalan filaye da gine-gine da kuma sauran kamfanoni na filaye da gine-gine (a wannan liffafin masu samarwa na kasuwanci ana kiransu wakilan filaye da gine-gine).

## 4. Rashin amfanin Masu Sayarwa da Kansu/ Amfanin Dillalan Filaye da Gine-gine

Tare da filaye ko gine-gine na sayarwa, masu sayarwa masu zaman kansu ba su da tabbaci a kan sayarwa nan take. Dangane da kadara wadda aka gada, bisa misali, ba lallai ne a sami daidaito tsakanin magada ba ko takardar shaida ta gado na iya ɓata. Bugu da ƙari, bayanin shari'a wanda ba a fahimta ba kamar haƙƙin zama a gida na iya dagula ciniki.

Dangane da kadarori na haya, zai iya faruwa cewa mai mallakar bai sami izinin hukuma ba, misali masu neman bayar da haya ko wani sarari domin kasuwanci a matsayin wurin zama.

Idan wakilin filaye da gine-gine shi ne mai bayarwa tuni ya gama tantance abubuwan da aka ambata. Haka kuma, duk wasu takardun filaye da gine-gine da suka dace (tsarin bene, tsarin wuri, takardar shaida ta samar da makamashi, rijistar suna, takardun hukuma, da sauransu) yawaici an samar da su tuni. A sakamakon haka, sayarwa ko bayar da haya ana iya kammalasu cikin sauri kuma ba tare da rikitarwa ba.

## 5. Dacewar Filaye da Gine-gine

Domin haɗa masu sha'awar saye ko karɓar haya tare da masu sayarwa ko masu mallakar ƙasa cikin sauri kuma cikin ingancin da ya dace, abu ne mai mahimmaci a ɗauki mataki cikin tsari da ƙwarewa.

Ana yin haka ne a nan ta hanya (ko mataki) wanda zai mayar da hankali kan hanyoyin bincike da nema tsakanin wakilan filaye da gine-gine da kuma ɓangarorin da ke da sha'awa. Wannan na nufin cewa maimakon "kawo" kadarar zuwa mai saye ko mai karɓar haya, tare da aikace-aikace na hanayar neman bayani a kan yanar gizo, masu son saye ko masu son karɓar haya na iya samun cancanta (tarihin bayanin nema) sannan su sami dacewa kuma su haɗa tare da wakilai masu lura da filaye da gine-gine.

A mataki na farko, masu neman saye ko karɓar haya za su samar da wani bayanin tarihi na nema

14

a hanyar neman bayani a yanar gizo. Wannan nema ya haɗa da wasu halaye kimanin 20. Waɗannan halaye masu zuwa na iya haɗawa (amma ba cikakken jeri ba ne) kuma su na da mahimmanci domin bayani tarihin nema.

- Shiyya / Lambar Aika wasiƙa / Gari
- Yanayin abin da ake nema
- Girman kadara
- Wurin zama
- Farashin saye / haya
- Shekarar ginawa
- Hawan bene
- Adadin ɗakuna
- An bayar da haya (e/a'a)
- Harsashi (e/a'a)
- Baranda/Tsakar gida (e/a'a)
- Hanyar ɗimama gida
- Filin ajiye mota (e/a'a)

Abu mai mahimmanci a nan shine ba a shigar da halayen da hannu ba amma maimakon haka an shigar da su ta hanyar dannawa ko buɗe ɓangarorin da suka dace (misali, yanayin kadara) daga tsararren jerin abubuwa masu yiwuwa/zaɓi (domin yanayin kadara: gida marar bene, gida da zai ɗauki iyali ɗaya, gidan ajiye kayyaki, ofishi, da sauransu.).

Idan akwai bukata, ɓangaren da ke da bukata na iya daɗa tarihin binkice. Sauya tarihin binciken kuma na iya yiwuwa.

Bugu da ƙari, mai son saye ko karɓar haya zai shigar da cikakken bayani na tuntuɓa a wuraren da aka keɓe. Wannan ya haɗa da suna na ƙarshe, suna na farko, layi, lambar gida, lambar aikawa da wasiƙa, gari, waya, da adireshin I-mel

A wannan yanayin, ɓangarori masu sha'awa za su bayar da amincewarsu domin a tuntuɓesu kuma su sami kadarar da ta dace da su daga wakilin filaye da gine-gine.

'Bangarori masu sha'awa kuma za su shiga cikin yarjejeniya tare da mai tafiyar da hanyar neman bayani a yanar gizo na dacewar filaye da gine-gine.

A mataki na gaba, bayanan tarihin nema za a samar da su ga masu haɗawa na wakilan filaye da gine-gine, waɗanda ba a ganinsu, ta aikace-aikacen tsarin shiri (api) – misali wanda ya yi kama da tsarin shiri na "openimmo" na Jamusanci. A kiyaye a nan cewa wannan tsarin shiri – jigo wajen aiwatarwa – ya kamata ya tallafa ko ya bayar da tabbaci na sauyi zuwa ko wane irin tsarin manhaja ta filaye da gine-gine da ake amfani da ita a halin yanzu. Idan wannan ba shi ne halin da ake ciki ba, ya kamata a mayar da shi abin da zai yiwu. Sabo da tuni akwai tsarin shirye-shirye da ake amfani da su, misalin wanda aka ambata na "openimmo", da kuma saura, akwai yiwuwar canja tarihin neman.

Yanzu wakilan filaye da gine-gine na iya kwatanta tarihin da kadarorinsu wadanda yanzu haka suke kasuwa. Da wannan dalili, ake saka kadarorin a hanyar neman bayani a yanar gizo kan filaye da gine-gine kuma a kwatanta sannan a hada tare da halayen da suka dace.

Bayan an kammala kwatantawar, rahoto mai bayyana dacewar ana samar da shi daga cikin kaso dari. Farawa daga dacewa 50%, ana samar da bayani na tarihin nema zuwa ga wakilan hukuma wanda manhajar ta samar.

Ana auna halayen bisa ko wane hali (tsarin maki) ta yadda bayan auna halayen kaso daga cikin dari na dacewa (yiwuwar dacewa) ana fayyace shi. Misali, halaye na "yanayin kadara" ana auna shi da yawa fiye da halin "wurin zama". Sannan kuma, wasu halayen, (misali harsashi) ana iya zaɓarsa a matsayin wanda dole kaɗara ta kasance tana da shi.

A lokacin kwatanta halayen domin dacewa, ya kamata a tabbatar cewa wakilin filaye da gine-gine ya sami dama ne kawai ga shiyyar da yake da sha'awa (adanawa). Wannan zai rage ƙoƙarin kwatanta bayanai. Wannan na da mahimmanci musamman idan aka yi la'akari da cewa yawaicin lokaci wakilan filaye da gine-gine na aiki ne a kan abin da ya shafi shiyya. A lura a nan da cewa a zaɓin da ake da shi na shiga yanar gizo, yana yiwuwa a yau a ajiye da kuma gudanar da bayanai masu matuƙar yawa.

Domin bayar da tabbaci dangane da dillancin filaye da gine-gine cikin ƙwarewa, wakilan filaye da gine-gine ne kawai zasu sami dama ga tarihin bincike.

Sabo da haka, wakilan filaye da gine-gine sun shiga wata yarjejeniya da mai tafiyar da abin da ya dace dangane da filaye da gine-gine ta hanayar neman bayani a yanar gizo.

Bayan abin da ya dace/hadawa, wakilin lura da filaye da gine-gine na iya tuntuɓar ɓangarori masu sha'awa, sannan suma masu sha'awa na iya tuntuɓar walikin filaye da gine-gine. Idan wakilin filaye da gine-gine ya aika da rahoto ga mai sha'awar saye ko karɓar haya, wannan kuma na nufin cewa rahoto dangane da ayyuka ko furuci a kan la'ada an rubuta shi sabo da ko ciniki ko kuma bayar da haya zai tabbata.

Wannan na bisa sharadin cewa wakilin filaye da gine-ginen mai mallakar kadara ne ya haye shi (mai sayarwa ko mai mallakar ƙasa) domin saka kadarar ko an yarda da shi domin bayar da kadarar.

## 6. Hurumin Aiwatarwa

Dacewar filaye da gine-gine da aka kwatanta a nan na iya aiki ne domin sayarwa da karɓar haya na filaye ko gine-gine a ɓangarori na zama ko kasuwanci. Domin filaye ko gine-gine na kasuwanci, ana bukatar ƙarin halaye domin filaye da gine-ginen.

Kuma za a iya samun wakilin filaye da gine-gine daga ɓangaren masu saye ko masu son karɓar haya, kamar yadda ke faruwa, misali idan masu cinikayyar sun ba shi lada.

A matsayin shiyyoyin zama, hanyar neman bayani a yanar gizo domin neman filaye da gine-gine da suka dace ana iya yinsa a kusan ko wace ƙasa.

## 7. Amfanunnuka

Wannan hanya ta neman filaye ko gine-gine da suka dace na bayar da amfanunnuka masu girma ga masu saye da masu sayarwa, ko dai suna nema a shiyyarsu (wurin da suke da zama) ko za su tashi zuwa wani gari daban ko shiyya domin dalilan da suka shafi aiki.

Abin da kawai za su yi shine su shigar da tarihin bayanin nema lokaci guda domin samun bayani dangane da dacewa kan kadarori daga wakilan filaye da gine-gine da suke aiki a shiyyar da suke da sha'awa.

A wurin wakili mai lura da filaye da gine-gine, wannan zai ba shi wasu amfanunnuka dangane da inganci da kuma adana lokaci domin sayarwa ko bayar da haya.

Za su sami bayani nan take dangane da yanayin yadda masu sha'awa yake dangane da tsada wadda ko wane ɓangare ya bayar na kadarar da aka ba su.

Haka kuma, wakilan filaye da gine-gine na iya tuntuɓar ƙungiyar mutanen da suka dace, wadanda ake da wani "fata" a kansu a kan kadarar da suke nema a lokacin da suke binciken tarihi. Za a iya hada alaƙa, misali, ta aikawa da rahoto dangane da filaye da gine-gine.

Wannan zai ƙara ingancin tuntuɓar ɓangarori biyu masu sha'awa wadanda suka san abin da suke nema. Kuma yana rage abin da zai biyo baya na duban alƙawarurruka, wanda daga bisani zai rage tsawon lokaci na kasuwancin kadarorin da za a yi dillanci.

Bayan mai sha'awar saye ko karɓar haya ya ga kadarar da za a saka, yarjejeniyar saye ko haya za a iya kammala su, tamkar yadda aka saba a kasuwancin filaye da gine-gine.

## 8. Gwajin Lissafi (Mai iya afkuwa) – kawai wuraren zama da gidaje na mazauni-shi-zai-mallaka (ba tare da rukunin gidaje na haya ba ko gidaje ko kadarori na kasuwanci)

Wadannan misalai masu zuwa za su nuna a fili hanyar neman bayani a yanar gizo domin dacewa kan filaye da gine-gine.

A wurin zaman jama'a mai mazauna 250,000, misali birnin Mönchengladbach (Jamus), akwai – bisa kididdiga kimanin – a takaice iyalai 125,000 (muzauna 2 a kowane iyali). Lissafin tashi zuwa wani wuri ya kama a takaice 10%. Wannan na nufin cewa iyalai 12,500 ne ke tashi zuwa wani wuri a duk shekara. Idan aka kwatanta shigowa da tashi zuwa wani wuri na garin Mönchengladbach ba a yi la'akari da shi ba a nan. A kalla iyalai 10,000 (80%) na neman kadarori na haya kuma kimanin iyalai 2,500 (20%) ke neman kadarori domin saye.

Kamar yadda rahoton kasuwancin kadarori ya nuna daga kwamati mai bayar da shawara na garin Mönchengladbach, akwai saye da sayarwa na filaye da gine-gine 2,613 a shekara ta 2012. Wannan ya tabbatar da adadin da aka ambata a baya na cewa akwai masu niyyar saye 2,500. A haƙiƙa akwai wasu da yawa, amma ba duk mai niyyar saye ne yake samun kadarar da ta dace da shi ba. Adadin ainihin masu son saye - ko, musamman, tarihin binciken nema – an ƙiyasta ya kai ninki biyu na yawan adadin tashi zuwa wani wuri da kimanin 10%, wato tarihin binciken nema 25,000. Wannan ya haɗa da yiwuwar cewa mai niyyar saye yana da tarihin binkice masu yawa a hanayar neman bayani a yanar gizo domin neman filaye ko gine-gine da suka dace.

Yana da mahimmanci a bayyana cewa, a la'akari, kimanin rabin masu sha'awar saye da masu karɓar haya zuwa yanzu sun sami kadararsu ta aiki tare da walikilin filaye da gine-gine; da ya kai jimlar iyalai 6,250.

Kuma abinda aka fahimta a baya ya nuna cewa a ƙalla kaso 70% na iyalai sun yi bincike na filaye da gidaje a hanyar neman bayanai a yanar gizo ta intanet, wanda ya bayar da jimlar iyalai 8,750 (ya dace da tarihin biciken neman bayani 17,500).

Idan kaso 30% na masu sha'awar saye da sayarwa, wato iyalai 3,750 (ko bayanin tarihi na bincike 7,500) za su samar da bayanin tarihin bincike ta hanayar neman bayani a yanar gizo dangane filaye da gine-gine (aikace-aikace) dangane da birni kamar Mönchengladbach, wakilan filaye da gine-gine masu haɗi za su iya bayar da kadarori da suka dace zuwa masu sha'awar saye ta hanyar tarihin neman bayani 1,500 nema na musamman kaso (20%) da kuma zuwa masu sha'awar karɓar haya ta hanyar bincike na musamman 6,000 wato kaso (80%).

Wannan na nufin cewa bisa gwargwadon bincike na tsawon watanni 10 da kuma farashi bisa misali EUR 50 a wata, ga duk tarihin bincike da mai sha'awar saye ko mai karɓar haya ya samar, akwai yiwuwar sayarwa na EUR 3,750,000 a shekara tare da tarihin binciken nema 7,500 a birni mai mazauna 250,000.

Idan aka raba wannan a duk faɗin Jamus mai mutane 80,000,000 (miliyan 80) mazauna, wannan zai samar da sakamako na yiwuwar saye da sayarwa na EUR 1,200,000,000 (EUR biliyan 1.2) a shekara. Idan kaso 40% na masu sha'awar saye ko karɓar haya suka yi nema na filaye ko gidaje ta hanayar neman bayanin filaye da gine-gine a yanar gizo, maimakon kaso 30%, yiwuwar saye zai ƙaru zuwa EUR 1,600,000,000 (EUR biliyan 1.6) a shekara.

Yiwuwar saye da sayarwa na gine-gine da gidaje zai koma ga mazauni-shi-zai-mallaka. Haya da ajiyar kadarori a ɓangaren filaye da gine-gine da kuma jimlar filaye da gine-gine na kasuwanci ba a saka su a wannan lissafi na abin da zai iya yiwuwa ba.

Tare da kimanin kamfanoni 50,000 a Jamus a harkar dillancin filaye da gine-gine (wanda ya haɗa da wakilan filaye da gine-gine, kamfanonin gine-gine, masu kasuwancin filaye da gine-gine da kuma kamfanonin filaye da gine-gine), a taƙaice ma'aikata 200,000 da kuma hannun jarin kaso 20% na waɗannan kamfanoni 50,000 ke amfani da hanyar binciken filaye da gine-gine da suka dace ta hanyar yanar gizo tare da lasisi kimanin 2, sakamakon (idan aka yi amfani da misali farashin EUR 300 a wata na lasisi guda) yiwuwar ciniki ne na EUR 72,000,000 (EUR miliyan 72) a shekara. Bugu da ƙari, idan wurin ajiya na shiyya ya aiwatar da tarihin bincike, ƙarin yiwuwar saye da sayarwa na iya samuwa, ya danganta da tsari.

Tare da wannan babbabar dama ta yiwuwar masu saye da masu karɓar haya tare da tarihin bincike, wakilan filaye da gine-gine ba su bukatar sai sun sabunta bayanansu na kan yanar gizo – idan suna da guda – na ɓangarorin masu sha'awa. Haka kuma, adadin tarihin bincike na yanzu zai yiwu ya wuce adadin tarihin binciken da wakilan filaye da gine-gine suka ƙirƙira a bayanansu na kan yanar gizo.

Idan wannan hanya ta neman bayanin filaye da gine-gine a yanar gizo za a yi amfani da su a ƙasashe da yawa, masu sha'awar saye daga Jamus na iya, alal misali, ƙirƙirar tarihin bincike domin gidaje domin hutu a tsibirin mediterranean na Majorca (Spaniya) kuma wakilan filaye da gine-gine masu haɗi na iya gabatar da gidaje da suka dace ga masu sha'awa na Jamus ta hanyar i-mel. Idan rahotannin a Spaniyanci suke masu sha'awar karɓar haya a yanzu na iya amfani da manhaja ta fassara daga intanet domin fassara rubutun cikin sauri zuwa Jamusanci.

Domin samun yiwuwar aiwatar da tarihin bincike na neman kadarorin da suka dace wadanda ake da su ba tare da wani shinge na yare ba, za a iya kwatanta halayen a cikin hanyar neman bayani a yanar gizo na filaye ko gine-gine da suka dace wanda aka tsara (lissafi) na halayen, ba tare da la'akari da yare ba, kuma ana bayar da yaren da ya dace a ƙarshe.

Yayin amfani da hanyar neman bayanai a yanar gizo kan filaye da gine-gine da suka dace a duk shiyyoyin duniya, yiwuwar saye da sayarwa da aka ambata (kawai ga masu sha'awa wajen bincike) za a fahimta cikin sauƙi idan aka dubi wannan.

Yawan jama'ar duniya:

7,500,000,000 (biliyan 7.5) Mazauna

1. Jawan jama'a a ƙasashe masu ƙarfin masana'antu kuma manyan ƙasashe masu ƙarfin masana'antu:

   2,000,000,000 (biliyan 2.0) Mazauna

2. Yawan jama'a a ƙasashe matsakaita:

   4,000,000,000 (biliyan 4.0) Mazauna

3. Yawan jama'a a ƙasashe masu tasowa:

   1,500,000,000 (biliyan 1.5) Mazauna

Yiwuwar saye da sayarwa na shekara shekara domin Jamus an mayar da shi kuma an ƙiyasta a matsayin EUR biliyan 1.2 tare da mazauna miliyan 80 tare da waɗannan abubuwa masu zuwa domin ƙasashe masu ƙarfin masana'antu, matsakaita da masu tasowa.

1. Ƙasashe masu ƙarfin masana'antu:     1.0

2. Ƙasashe matsakaita:                  0.4

3. Ƙasashe masu tasowa:                 0.1

Sakamakon shi ne wannan yiwuwar sayarwa na shekara shekara (EUR biliyan 1.2 x yawan jama'a (ƙasashe masu ƙarfin masana'antu, matsakaita, ko masu tasowa) mazauna miliyan 80 x dalili).

1. Ƙasashe masu ƙarfin masana'antu:
                         EUR biliyan     30.00

2. Ƙasashe matsakaita:
                         EUR biliyan     24.00

3. Ƙasashe masu tasowa:
                         EUR biliyan     2.25

**Jilma:**          **EUR biliyan     56.25**

## 9. Rufewa

Hanyar neman bayani a yanar gizo da aka kwatanta na bayar da mahimman amfanunnuka ga masu neman filaye da gine-gine (ɓangarori masu sha'awa) da wakilan filaye da gine-gine.

1. Lokacin da ake bukata wajen neman kadarorin da suka dace ya sami mahimmiyar raguwa a wurin ɓangarorin da ke da bukata sabo da suna bukatar su samar da tarihin bincikensu ne kawai a lokaci guda.

2. Wakilin filaye da gine-gine ya sami bayani na gaba ɗaya a kan adadin masu sha'awar saye ko haya, wanda ya haɗa da bayani a kan takamaimai abinda suke so (tarihin bincike).

3. 'Bangarori masu sha'awa kawai za su sami kadarorin da suka dace da abin da suke sha'awa (dangane da tarihin bincike) daga

duk wakilai na filaye da gine-gine (tamkar dai zaɓi wanda aka yi kai tsaye).

4. Wakilan filaye da gine-gine sun rage wahala wajen tafiyar da bayanansu na kan yanar gizo sabo da yawaicin tarihin bincike za a same su a ko da yaushe.

5. Tunda wakilai masu samarwa da filaye da gine-gine suna da haɗi da hanyar neman bayani a yanar gizo na filaye da gine-gine da suka dace, masu sha'awar saye ko karɓar haya na iya aiki da ƙwararrun wakilan filaye da gine-gine.

6. Wakilan filaye da gine-gine sun rage adadin kallon alƙawarurruka da kuma lokacinsu na kasuwanci a gaba ɗaya. Sakamakon haka, adadin kallon alƙwarurruka domin masu sha'awar saye ko karɓar haya ya ragu haka kuma lokacin da za a kammala yarjejeniyar ciniki ko haya.

7. Masu mallakar kadarorin da za a sayar ko bayar da haya su ma sun adana lokaci. Bugu da ƙari akwai amfani ta wajen kuɗin da za a samu, tare da ƙarancin lokaci domin bayar da hayar kadarori da kuma hanzarta biyan kuɗin sayen kadarori domin saye sabo da hanzari wajen haya ko sayarwa.

**Ta hanayar aiwatar da wannan tsari na dacewa da filaye ko gine-gine, za a sami mahimmin ci gaba a dillancin filaye da gine-gine.**

**10. Haɗa Hanyar neman bayani a yanar gizo domin Dacewar Filaye da Gine-gine a cikin Sabuwar Manhaja ta Wakilci kan Filaye da Gine-gine Wadda ta haɗa da Tantance Filaye da Gine-gine**

A matsayin tsokaci na ƙarshe, hanyar neman bayani a kan filaye da gine-gine a yanar gizo da aka kwatanta a nan na iya zama wani mahimmin ɓangare na sabuwar – wanda ya kamata ya zaman duk faɗin duniya – manhaja da ke bayar da mafita ga harkar filaye da gine-gine tun daga farko. Wannan na nufin cewa wakilan filaye da gine-gine na iya amfani da ko dai hanyar neman bayani a yanar gizo ta abin da ya dace ƙari a kan manhajarsu ta mai warware matsala ta neman abin da ya dace ga harkar filaye da gine-gine, ko bisa shawara su yi amfani da manhaja mai bayar da mafita wanda ya haɗa da hanyar neman bayanin filaye da gine-gine a yanar gizo.

Ta hanyar haɗa wannan ingantacciyar hanya kuma wadda aka ƙirƙira domin hanyar neman bayani ta yanar gizo dangane da filaye da gine-gine a cikin sabuwar manhaja ta sabuwar hanyar neman bayani a yanar gizo domin filaye da gine-gine, za a sami wata mahaɗa mahimmiya ta sayarwa domin manhajar an ƙirƙireta ne domin samun mahimmiyar dama ta kutsawa cikin kasuwa.

Tunda tantancewa ta filaye da gine-gine shine kuma zai ci gaba da zama wani mahimmin ɓangare na hukumar filaye da gine-gine, manhajar filaye da gine-gine dole ta bayar da kayan aiki domin tantance filaye da gine-gine. Tantance filaye da gine-gine tare da hanyar lissafin da ta dace na iya bayar da dama ga bayanai daga hukumar filaye da gine-gine na kadorori da aka shigar/adana. Haka kuma, wakilin filaye da gine-gine na iya neman bayanai da babu su tare da ɓangaren kasuwanci na shiyyarsa.

Bugu da ƙari, manhajar filaye da gine-gine ya kamata ta bayar da zaɓi na haɗa kadarorin da ake da su domin matafiya. Za a iya aiwatar da wannan cikin sauƙi ta samar da ƙarin aikace-aikace domin wayar hannu da/ko ƙaramar kwamfuta wadda za ta iya ajiye bayani kuma ta haɗa sannan ta tattara zagayawa ta filaye da gidaje – mafi yawaici kai tsaye – a manhajar filaye da gine-gine.

Idan ingantacciya kuma ƙirƙirarriyar hanyar neman bayani a yanar gizo danagne da filaye da gine-gine aka haɗata a sabuwar manhajar filaye da gine-gine tare da tantance filaye da gine-gine, yiwuwar saye da sayarwa zai sami mahimmiyar ƙaruwa.

---

Matthias Fiedler

Korschenbroich, 10/31/2016




Matthias Fiedler

Erika-von-Brockdorff-Str. 19

41352 Korschenbroich

Germany

www.matthiasfiedler.net

www.ingramcontent.com/pod-product-compliance
Lightning Source LLC
Chambersburg PA
CBHW071525210326
41597CB00018B/2902